AF397813

પમરાટ

હાઇકુ સંગ્રહ

કવિ પરાગ
અર્થ મર્મ વાહક
શબ્દો મરકે !

(courtesy: શ્રી હેમેન્દ્ર ધોળકિયા * સંગીતકાર મિત્ર)

સર્જક : પરાગ પંડ્યા

ISBN 13: 978-93-90976-01-0
ISBN 10: 93-90976-01-4

Printed in India and published by BUUKS

અર્પણ

મારા "માસી"

સ્વ. જયશ્રીબેન ચીમનલાલ પંડ્યાના ચરણોમાં..

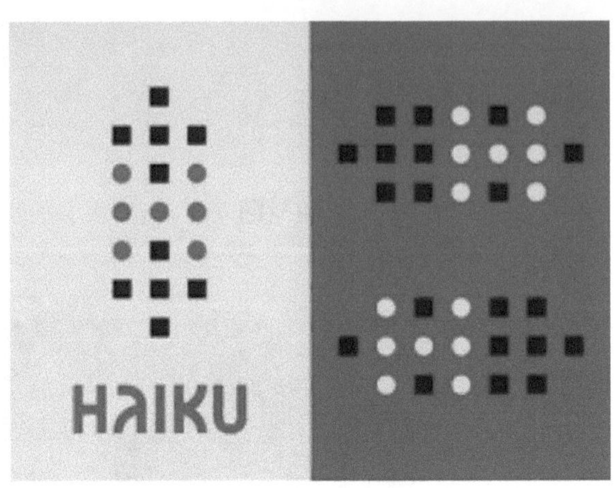

છે સર્વોત્તમ
"પરાગ "ના હાઇકુ
રાગ પંચમ્

મારી કલમે : હાઇકુ સંગ્રહ *પમરાટ*

નમસ્કાર.
૨૦મી સદીની શરૂઆતમાં રવિન્દ્રનાથ ટાગોરે બંગાળી ભાષામાં હાઇકુનુ સર્જન કર્યું હતું.
સી. એન. વિદ્યાવિહાર, શાળાના પ્રિન્સિપાલ શ્રી ઝીણાભાઈ દેસાઈ, ઉર્ફ *સ્નેહરશ્મિ* એ ગુજરાતી ભાષાને પ્રથમ હાઈકુનો પરિચય કરાવ્યો હતો. સ્નેહરશ્મિ કહેતા, *સત્તર અક્ષરની નાનકડી અંજલિમાં આખો સાગર સમાવી લેવાની કલા એટલે હાઈકુ*. ત્રણ નાનકડી પંક્તિમાં સ્નેહરશ્મિ જેવા સબળ કવિ આખેઆખું ચિત્ર કુશળ ચિતારા પેઠે દોરી બતાવે છે. હાઈકુની કવિતા એની ચિત્રાત્મકતામાં જ સમાઈ હોય છે.

શ્રી રામભાઈ બક્ષી,વિવેચક જને હાઇકુએ પ્રભાવિત નહોતા કર્યા એઓ કટાક્ષ કરતા કે ---

હાઇકુ લખો
કાયકુ? તો કે, પૂછો
ઝીણાભાઇકુ !

ગુજરાત સમાચારમાં ૧૯૮૯માં હાઈકુ પર વ્યંગ કટાક્ષનો લેખ હતો. તેમાં આંબાવાડી સી. એન. વિદ્યાવિહારના રસ્તા પર પસાર થતા વાહનોને ૫-૭-૫ હોર્ન વગાડવાનું સૂચન હતું.

જીવનમાં રોજ કંઈ નવું સર્જન કરવાની ઝંખનાએ મને કવિતા, મુક્તક પછી 'હાઇકુ' લખવા પ્રેર્યો. અને એમાંથી સર્જન થયું આ સંગ્રહ "પમરાટ"નુ.

પ્રણયનો પમરાટ , યુવાનીનો તરવરાટ, જીવનના મૂલ્યોનો થનગનાટ-- જાણે -- ઉષા નવો લિબાસ પહેરી આવી હોય એવો આભાસ એટલે * હાઇકુ સંગ્રહ 'પમરાટ' *.

કવિતાની જૂદી જૂદી શ્રેણીઓ ગીત,ગઝલ, કાવ્ય, દોહા,મુક્તક.. વિગેરે પૈકી "હાઇકુ" એક જ શ્વાસે વંચાઇ જાય તેવું ૫-૭-૫ અક્ષરના બંધારણવાળુ ભિન્ન કાવ્ય !

સૌ સાહિત્યના રસિયાઓને ગમશે એ આશા સાથે....

-- "પરાગ"ના અભિવાદન
ગાંધીનગર, ગુજરાત.

e-mail : pamikava@yahoo.co.in
Mbl : +91 98244 59373

Instagram: @pamikava
Facebook: https://www.facebook.com/parag.pandya.71
www.pamikava.in

પ્રસ્તાવના

સ્નેહીશ્રી પરાગભાઈ ,

વાહ.. વસંતઋતુના આગમનની સાથે 'પમરાટ' નું પ્રકાશન અદ્ભૂત પ્રકૃત્તિનો સંયોગ કહી શકાય. ક્યાંક પંખીઓનો પમરાટ , વૃક્ષની નવી ફૂપળોનો પમરાટ ! પરાગભાઈ સાથે પ્રત્યક્ષ પરિચય અલ્પ છે. પરંતુ વૉટ્સએપના પરોક્ષ માધ્યમથી એમની કૃતિઓનો આસ્વાદ કરવાનો લ્હાવો મળતો રહે છે. એમનું દિમાગ ઈજનેરનું અને હ્રદય કવિનું મને લાગે છે. પોતાના વિચારને શબ્દ સ્વરૂપે કુનેહપૂર્વક રજૂ કરવાનો જાદૂ તો ટોપીવાલા જાદૂગરમાં જોવા મળે.

પ્રવર્તમાન સમયમાં દરેક વ્યક્તિ કામ અને પૈસાની પાછળ આંધળી દોટ મૂકી રહ્યો છે. મોબાઈલની દુનિયામાં વાચન અને લેખનમાં લોકો કંટાળો અનુભવે છે. વાચન માટે સમય જોઈએ એટલો તેઓ ફાળવી શકતા નથી. ત્યારે સમયની સાથે તાલ મિલાવવા પોતાના વિચારને નાની નાની પંક્તિઓમાં 'હાઇકુ' સ્વરૂપે કંદારવાનું ઉત્તમ કાર્ય પરાગ પંડ્યાએ કર્યું છે. હાઇકુ એ જાપાનીજ પ્રકાર છે. પ્રકૃતિ, સમાજ, રોજિંદા જીવન વ્યવહાર તેમજ માનવવૃત્તિઓમાંથી ઉદ્ભવતા વિષયોને શબ્દ સ્વરૂપે વણી લઈને 'હાઇકુ' સાહિત્ય ક્ષેત્રે ઉમદા ખેડાણ કરીને યુવાપેઢીને પ્રેરિત કર્યા છે. લાંબી રચનાઓના વાચન-લેખન કરવાનો સમય જનસમાજ પાસે નથી. ત્યારે એક ટમટમતા તારલાની જેમ વિચારરૂપી તણખો મૂકીને વાચકના મનમાં તેજનો લીસોટો પ્રસરાવી જાય છે. પરાગનો ગુણધર્મ છે, જે તેના સંપર્કમાં આવે ત્યારે તેની રજ દ્વારા નવા પુષ્પનું સર્જન કરીને સુગંધથી હવામાં ભળી જઈ સૌના મન હ્રદયને પ્રફુલ્લિત કરે છે. પળભરમાં તમારા મન અને હ્રદયમાં શબ્દની સૃષ્ટિનું સામ્રાજ્ય પ્રસરી જાય છે. પરાગભાઈની કલમનો જાદૂ કંઈક અંશે એવો જ છે. 'હાઇકુ ,મુક્તક ,ગઝ્લ કે ગીત જેવી રચનાઓ 'વૉટ્સઅપ' ઉપર સતત વાચકને મળતી રહે છે. એમના મનની ચંચળતા છૂપી રહેતી નથી. નાવીન્યપૂર્ણ વિષયોની ટૂંકી સચોટ રજૂઆત વાચકના મનને શબ્દની દુનિયામાં અદ્ભૂત શેર કરાવે છે. તેમની કૃતિઓમાં વિવિધ ભાવસૃષ્ટિનું સપ્તરંગી સર્જન શબ્દ દેહ જ્યારે અભિવ્યક્ત કરે છે. ત્યારે 'પમરાટ' પુસ્તકમાં પુષ્પની માળામાં ગૂંથાયેલા પુષ્પની જેમ ગૂંથાઈ જાય છે. ખૂબ જ ટૂંકાગાળામાં 'મહતાબ' ; 'બોલકો' ; 'ચીરૂ-ચીયુ' ; 'થનગનાટ' અને 'મીનૂ-પોપટ' એમ પાંચ પુસ્તકો પ્રગટ કરનાર રંગીન મિજાજી, સહ્રદયી કવિ એટલે 'પરાગ પંડ્યા' . નામ જેવા જ ગુણ પળભરમાં વિવિધ અવનવા વિષયોની મદદથી જીવનના તત્વદર્શન તરફ લઈ જાય છે. તેમની મનમોહક રચનાઓની સહજશૈલી બીજા કવિઓથી અલગ છાપ ઊભી કરે છે. તેમની સચોટ અને નિખાલસ રજૂઆત વાચક ,ભાવક અને ચાહકને તત્પર અને તન્મય બનાવે છે.

પમરાટ

'પમરાટ'ની પંક્તિઓમાં પગરવ કરતાં કરતાં ઉડાન ભરી છે. 'પંચામૃતમાં' તો આયમન જ હોય, નાની નાની ૫-૭-૫ પંક્તિઓમાં વાત રજૂ કરી દેવી એ કવિનું આગવું કૌશલ્ય અને કરામત કહી શકાય. 'પમરાટ' 'હાઇકુ' કાવ્ય-સંગ્રહમાં સમર્થ પ્રયાસ કર્યો છે. તેમાં તેઓ ઘણાં અંશે સફળ નીવડ્યા છે. વ્યાવસાયિક કારકિર્દીની મંજિલ કાપીને નિવૃત થયા બાદ સાહિત્યનો જીવ કવિહૃદય બનીને વધુ સક્રિય બની ગયો. પરાગભાઇના 'હાઇકુઓ'માં સજીવ,નિર્જીવ ,પ્રકૃતિ ,વેદના , સમાજ જેવા અનેક વિષયોનું વૈવિધ્ય જોવા મળે છે. ઉત્તમ કવિ એ સૌથી પહેલાં ઉત્તમ મનુષ્ય છે. એક ઉમદા ઇન્સાન, પરોપકારી ,ઋજુ હૃદયનો વ્યક્તિ જો કવિ હોય તો વધુ શ્રેયસ્કર છે. ૬ઠું પુસ્તક 'પમરાટ'ના ૨૮૦ હાઇકુ પુષ્પગુચ્છમાં પરાગભાઇનો પમરાટ એમની સંવેદના, ભાવઅભિવ્યક્તિ અને શબ્દસૃષ્ટિ વાચકના મન સુધી એક તણખાની જેમ પ્રજ્વલલિત કરે છે. તેમની કૃતિઓમાં વર્તમાન જીવનની ઘટનાઓ , પ્રસંગોમાંથી ઉદ્ભવતી હોય એવું એમની સર્જનસૃષ્ટિમાં જોવા મળે છે.

- કિતાબ - જીવન તો છે, હિસાબ - પાના રહો , ઉથલાવતા ! - તાંડવ - વીજ તાંડવ, તોફાન , પડછાયો , મેઘધનુષ ! - માસ્ક - શોધું છું માસ્ક , જે રોકે વાયરસ, નફરતનો ! - યુગલ - એક બાંકડે , બેઠેલું યુગલ છે, જોજનો દૂર ! નિશાની ,ચગડોળ ,મહેંદી ,મોતી ,વિશ્વાસ ,માણસ , સોગંદ ,યાત્રા ,કમાલ ,સિતારો ,ગણિત,અનુપમ, વાછટ જેવા વૈવિધ્યસભર વિષય ઉપર વિચાર અક્ષર અને શબ્દના બંધારણમાં રહીને રજૂ કરવાનો સફળ પ્રયોગ કર્યો છે. તેમના ચિંતન અને મનોમંથનમાંથી નવનીત સ્વરુપે 'હાઇકુ' નિષ્પન્ન થયા છે. નિજાનંદ સ્વયં મેળવે છે,અને બીજાને નિજાનંદ માટે તત્પર બનાવે છે. એવા સદા આનંદી, મોજીલા પરાગભાઇના આ છઠ્ઠા સાહસ માટે આપણે તેમને અભિનંદિત કરીએ. 'હાઇકુ' કાવ્ય-સંગ્રહ 'પમરાટ' વાચક સમક્ષ રજૂ કરવા બદલ હું એમને હાર્દિક અભિનંદન પાઠવું છું. પ્રસ્તાવના લખી આપવાનો પ્રસ્તાવ પણ તેમને મારી સામે મૂક્યો તે એમની જિંદાદિલી દર્શાવે છે.આ સહજ, નિર્મળ અને રંગીન કૃતિઓના 'પમરાટ' ને વધુ પુલકિત બનાવીએ; અને તેની ફોરમ ચોતરફ પ્રસરાવીએ. મને આશા છે કે પરાગભાઇની 'પમરાટ' પુસ્તિકાને સાહિત્ય પ્રેમીઓ અને યુવાપેઢી પ્રેમથી આવકારશે.

" પરાગરજ ,

પમરાટની સંગ ,

ભરે ઉડાન ".

ડૉ. બેલા આર શાહ

નિવૃત. પ્રાધ્યાપિકા, ડાયટ -વડોદરા

અનુક્રમણિકા

-1-

૧. જંજીરો

ડર તમને
કેવો, જંજીરો તો છે
પગમાં મારાં !

૨. આદત

આદત થશે,
વારંવાર જોવાની -
એકવાર જો !

૩. નગ્ન

પેગની ખુશી
નશીલો બધું બકે
સત્ય નગ્ન થૈ

૪. માસ્ક

શોધું છું માસ્ક
જે રોકે વાયરસ
નફરતનો

પ. સ્યાહી

કાગળ સ્યાહી
ઓળખે , આપોઆપ
ચિતરે નામ

૬. કિસ્સો

ખતમ કરો
કિસ્સો, તમે કે મોત
હવે આવી જા !

૭. ચંદ્ર

કાં ચંદ્ર આજ
સત્તરમી કળાએ
ખીલતો ભાસે !

૮. સૂર્યોદય

લે સૂર્યોદય
પૂજાય છે, પણ કાં
નહીં સૂર્યાસ્ત ?

૯. કવિ

એમની પૃચ્છ
ગરીબ કે અમીર ?
"કવિ" જવાબ!

૧૦. ઉડાન

પાંખો ભૂલાઈ
માળો સજાવવામાં,
રહી ઉડાન !

૧૧. લછ્છો

દોરનો લછ્છો
કપાચેલી પતંગ
મઝા લૂંટાણી !

૧૨. ખેલ

રેલમ છેલ,
ગીલ્લી ડંડાનો ખેલ,
હવે તો મેલ !

૧૩. પ્રતિમા

પ્રતિમા પણ
પાનેતર પહેરી
પડી પ્રીતમાં !

૧૪. સમય

માંગુ સમય
એ આપે ઘડિયાળ,
સમજવું શું ?

૧૫. મૂડી

સમય મૂડી
કમાવામાં ગ્યો, હવે
મૂડી સમય !

૧૬. રસશૃંગાર

રસશૃંગાર
અમૃતસા ઓષ્ટના,
પીવા દે મને !

૧૭. તલ

ટપકી આંખે,
ગાલે લસરી, તલ -
થૈ જઉં હોઠે !

૧૮. ઝુલ્ફ

તારા ઝુલ્ફોની
ભૂલભૂલામણીમાં,
ગયો ગૂંચાઇ !

૧૯. પાંજરામાં

કોઇની સંગ
પાંજરામાં રહેવું,
ફાવી ગયું છે !

૨૦. ઘર

એક જ ઘર,
પાડોશી માફક એ,
જીવે છે એમાં !

૨૧. સાઇકલ

સાઇકલનાં
બે દાંડિયામાં નાંખી,
પગ - ચલાવી !

૨૨. સમૃધ્ધિ

ઠરેલ પાણી,
નિતરેલ સમૃધ્ધિ,
ધૂળ તળિયે !

૨૩. થડિયું

જાગૃત થઈ,
સુકાયેલ થડિયું,
સાઇઠે ખીલ્યું !

૨૪. ચકડોળ

૩ અવસ્થાનું
ચકડોળ, ચક્કર
ઉપર-નીચે !

-7-

૨૫. નિશાની

માથે છે ટાલ
યા સફેદી, નિશાની -
અનુભવની !

૨૬. ખંભે

લાઈટ ખંભે,
કોઈ ભણે તો કોઈ
ગપાટે ચઢે !

૨૭. સોટી

સોટી મારતો,
માસ્તર થયો ગુમ
શોધ્યો ના જડે !

૨૮. વસાણા

મોસમ જામી,
શિયાળામાં વસાણા,
કેમ ભુલાય ?

૨૯. બાયોં

બાયોં લૂછતા
ચહેરા, શરીરથી
છે શર્ટ મોંઘુ !

૩૦. દફ્તર

ભારે દફ્તર,
દોડી પકડે બસ,
હવે છે ક્યાં ?

૩૧. નૈનમટક્કા

નૈનમટક્કા
તીરછી નજરના,
કામણગારા !

૩૨. હસ્તાક્ષર

સૌના હોય છે,
અલગ હસ્તાક્ષર
હસ્તા અક્ષર !

33. ફોટો

શીખવે : ફોટો
નેગેટિવ બનાવે
છે, પોઝીટીવ !

34. તારો

દુઆ છે મારી
સાચી, નહીંતો તારો
છોડે આકાશ ?

35. જામ

પરિસ્થિતિ ના
શકું જો બદલી, તો
આપજે જામ !

36. અંગત

અંગત પ્રેમ,
સુરાલયમાં બન્યો
છે ચર્ચાસ્પદ !

૩૭. પેગ

પ્રણય રાતો
જગાડે, પેગ સારો
સુવાડે ખરો !

૩૮. યાદ

આવ્યો યાદ એ,
ગુજર્યો તારી સંગ,
ભૂલ્યો જીવન !

૩૯. નારી

રે ના અબળા,
નારી થા ચિનગારી,
ઝાંસીની રાણી !

૪૦. ફાંસી

હાથે મહેંદી
રક્તની, કટારથી-
આપજે ફાંસી.

૪૧. છેતરામણી

દાવપેચની
રમત પ્રણયની,
છેતરામણી !

૪૨. રોફ

હું-તું રોફની,
ચડ-ઉતરમાં જ
ગાડી ગ્યા ચૂકી !

૪૩. ફૈંસલો

જીવ ચાલને
જીવીએ, ખબર શું-
ફૈંસલો કાલ ?

૪૪. મોતી

માર ડૂબકી,
મોતી ક્યાં છે કિનારે ?
મરજીવો થા.

૪૫. વિશ્વાસ

ગુપ્તશબ્દ છે
ફક્ત વિશ્વાસ બધાં
જ સંબંધનો !

૪૬. માળો

પંખી સળીથી
કરે માળો, માણહ
પીંખે સળીથી !

૪૭. સત

સત ખટકે
થોડીવાર, જૂઠ તો
જીવનભર !

૪૮. જખમ

સ્પર્શ કરો
એવો, કદી ના કરે
જખમ ઘેરો !

૪૯. ઝરમરિયું

ઝરમરિયું
વરસતુ'તુ, ગયો
પાસે - ભિંજાયો !

૫૦. ચહેરો

દૂરથી જોયો
ચહેરો, હિંમત ના
થૈ ખસવાની !

૫૧. વફા

સિગારેટની
વફા, દિલ જલાવે-
હોઠે લગાવે !

૫૨. આંસુડા

આંસુડા આવ્યા,
આંખો કરી સાફ ને
યાદો થૈ તાજી !

૫૩. ડૂંપળ

ઉગતી ન્હોતી
ડૂંપળ, છોડ જોઈ
ત્યાં આશ્ચર્યમ્ !

૫૪. વિસાત

ખુરશીની શી
વિસાત,બિરાજે છે
જે સિંહાસને !

૫૫. મજલ

લાંબી મજલ
કાપી છે, રહ્યું બસ
થોડું અંતર !

૫૬. વાસણ

વાસણ જેમ
ઉટકાયેલો સાફ,
મંજાયેલ છું !

૫૭. માણસ

જન્મે માણસ,
થ્યો ઉંમ્રના પડાવે,
ખરો માનવ !

૫૮. પાળિયા

કામણગારી
આંખોના ઉલ્લાળામાં,
પાળિયા બન્યા !

૫૯. હું-તું

થૈ એક હું-તું,
ઇર્ષાથી જલાવીએ
આ જમાનાને !

૬૦. મોહાંધ

મોહાંધ થૈ ને
રૂપાળી નખરાળી
થૈ બદનામ !

૬૧. ભૂખ

મરે ભૂખે ગ્યું -
ઘરનું ભોજન ને
છુટ્ટું ટીફીન !

૬૨. તું

સઘળું તૂટ્યું,
પણ જાળવ્યો એણે
"તું" ઝગડવા !

૬૩. ચુપ

"ચુપ" કહી એ
ધમકાવતી મને,
ચુપચાપ છે !

૬૪. ન્યાય

એ લૂંટે-પ્યાર ,
હું લૂંટું તો કે' દગો,
આ કેવો ન્યાય?

૬૫. કિંમતી

જે ગણાય તે
નાકિંમત, કિંમતી
નથી ગણાતુ !

૬૬. વિકલ્પ

કોઇનો હતો
સંકલ્પ, હવે બન્યો
એનો વિકલ્પ!

૬૭. ઓરિજિનલ

પ્રણય મારો
'ઓરિજિનલ' સારો,
'કોપી' કરતાં !

૬૮. સંબંધ

સંબંધ કાંટા
જેવો,સ્લો-ફાસ્ટ જોડે
સમય સાચો !

૬૯. ભાડું

આ તે કેવું ?
દિલમાં છે રહીશ
ભાડું નૈ આપું !

૭૦. લાલ

લાલ થ્યા હાથ,
તોડ્યું લાગે છે દિલ
કોઇનું આજે !

૭૧. ખનક

પ્રેમ ઝાંઝર
ખનકે, મયખાને
રણકે અંતે !

૭૨. ભારો

ઓઢી ચૂંદડી,
ચોખા વેરી, ચાલ્યો એ
સાપનો ભારો !

૭૩. ઝાંઝવા

તૃષાતુર છે
રણ, પણ ઝાંઝવા
થોડી વરસે ?

૭૪. ગુમાન

પુરુષ મિથ્યા
ગુમાનમાં, સ્ત્રી વિના
ક્યાં છે પુરુષ ?

૭૫. વનિતા

વનિતા નવા
બંધનમાં, અલ્લડ
સ્ત્રીમાં ઢળી છે !

૭૬. પારણે

આગમનની
પીડા, ખુશી સમાઇ
પારણે નાને !

૭૭. સોગંદ

ખોટા સોગંદ
ખાઇ તમે કાં મને
ધીમેથી મારો !

૭૮. યોગ્ય

બાળપણમાં,
કે'તો 'સ્ટેચ્યુ', કહું ના
યોગ્ય સમયે !

૭૯. બેતાલ

નથી કરતો
ભાવતાલ, બેતાલ
થઈ નાતાલ !

૮૦. લક્કડખોદ

લક્કડખોદ
ક્યાંથી સમજે, ભાષા
પતંગિયાની !

૮૧. વહેમ

સૌને વિદ્યાનો
વહેમ, વહેમની
વિદ્યા છે કોને ?

૮૨. માહિર

માહિર છે એ,
જખમ ભરવામાં,
ફક્ત હસીને !

૮૩. યાત્રા

જા નરકમાં,
કહો કુશળતાથી,
યાત્રા કરે એ !

૮૪. રુબરુ

મળાયું નહીં
રુબરુ, એટલે મેં
શબ્દો અપ્યા !

૮૫. બૂઢી

ઘડપણને
આપ માન, જવાની
બી થશે બૂઢી !

૮૬. સંયોગ

સામીપ્ય બને
દૂરી અચાનક કૈં
સંયોગ હશે !

૮૭. ખાસ

ખાસ ના હોય
પોતાનાં, પણ થાય
પોતાનાં ખાસ !

૮૮. મહત્ત્વ

કરતા દુ:ખી
સૌ, શેનું મહત્ત્વ બૌ ?
દુ:ખ ? - દેનાર ?

૮૯. પ્રણય

ખેલે પોપટ,
મેના પ્રણય ડાળે,
મીનુ-પોપટ.

૯૦. SanDisk

નવો ચિતર્યો
ચીલો, મળ્યાં તો સેલ્ફી
નહીં તો SD !

૯૧. ખરાબ

હતો સારો હું,
ગણાયો સમયને
બદલે ખરાબ !

૯૨. માધવૃષ્ટિ

માધવૃષ્ટિ થૈ,
મોરનો થનગાટ,
સ્મૃતિપટલે !
(માધવૃષ્ટિ= માવઠું)

૯૩. રાત

કે' શુભરાત્રિ,
પછી દોર વાતોનો,
ભૈ રાત આખી !

૯૪. વાછટ

ક્યાંક વાછટ,
ઝરમર,માવઠું
સાંબેલાધાર !

૯૫. બોટલ

જૂનો શરાબ
થોડો હજી છે બાકી,
નાચે બોટલ !

૯૬. કાન

સાચું કહું ના
સાંભળે કોઇ, ખોટે
કાન સરવા !

૯૭. અનુપમ

શ્રેષ્ઠ બનાવે
નં. એક, અનુપમ
થ્યો ફક્ત એક !

૯૮. મહોંગી

બહુ મહોંગી
હોય,શાંતિના ભોગે
જે કંઈ મળે !

૯૯. સાચા

સાચા નિર્ણયો
ના બદલે, નિર્ણયો
બનાવ સાચા !

૧૦૦. ECG

ઉપર-નીચે
જીવન ચાલે, મોત
સીધી લાઇન !
(ઈસીજી)

૧૦૧. ઝલક

જખમ મારો
ભરવા,મલમ નૈ -
ઝલક કાફી !

૧૦૨. કવિતા

પડી પાછળ
અપ્સરાઓ, પસંદ
મને "કવિતા" !

૧૦૩. ગણિત

કમાયો પૈસા
કેટલાં ? ભૈ ,ગણિત
માંડ કર્મનું !

૧૦૪. કાયા

કાયા ના આપે
સાથ, પડછાયો દે
છોડી નિશામાં !

-27-

૧૦૫. મર્મ

ઘરડે સંગ
છૂટે કાયાનો, મર્મ
જાણો માયાનો !

૧૦૬. શક્તિ

નબળાઈઓ
સમજવી ખુદની,
મહાન શક્તિ !

૧૦૭. વારસો

અન્ય માટે
કરેલું કર્મ બને,
તારો વારસો !

૧૦૮. ચોટ

લાગેલી ચોટ
મનપર, શીખવી
ગઇ સમજ !

૧૦૯. એકલો

એકલો રહી
ગયો હું, મારા જેવો
શોધવામાં હું !

૧૧૦. ભૂતકાળ

એસડી કાર્ડ છે
ભૂતકાળ,એને ન
થવા દે હામી !

૧૧૧. સ્પર્શ

આંગળીઓનો
સ્પર્શ રહી ગયો છે,
ટચસ્ક્રીનમાં !

૧૧૨. ફરક

ફરક્યા સૌએ,
પડી ખબર , મને
ક્યાં છે ફરક ?

૧૧૩. વેળા

તું સારો કહ્યું
એક વેળા, સમયે-
હું જ ખરાબ !

૧૧૪. પરિપક્વ

નથી ઘરડી
થતી, ભાઇબંધી થૈ --
છે પરિપક્વ !

૧૧૫. લવ-જેહાદ

પેલી-લો પે'રે,
મેકઅપ- મુખોટા
લવ-જેહાદ !

૧૧૬. પ્રેમ

જોયા કરતો
સૌને, જોઇશ હવે
કરે જે પ્રેમ !

૧૧૭. મરણ

છે નુકસાન
મોટું ,જ્યારે સંબંધ
પામે મરણ !

૧૧૮. મુખોટા

સામે પહેરે
સૌ મુખોટા,કાઢે છે -
ફરો જ્યાં ઉંધા !

૧૧૯. આત્મનિર્ભર

આત્મનિર્ભર
થવાની મળી તકો
૨૦૨૦ માં !

૧૨૦. ચહેરો

અભિમાન ના
કર, ચહેરો રાખે
યાદ- સમય !

૧૨૧. જરૂર

વિરહની છું
બાંહોંમાં, તારું હોવું
નથી જરૂરી !

૧૨૨. ખાલીપો

હસતો મારો
ચહેરો સમજાવે
ખાલીપો તને !

૧૨૩. જ્વાળામુખી

ડરે છે પાસે
આવતા, જાણે હોઉં
હું જ્વાળામુખી !

૧૨૪. સાકર

આવ્યા, દૂધમાં
સાકર- ખાલીપામાં
રાજીપો જાણે !

૧૨૫. ખારવો

હોડીમાં બેસ,
હંકારું દરિયે, હું
ખારવો મોટો !

૧૨૬. સમજણ

ઉપર-નીચે,
સમજણ દાદરા,
નીચે-ઉપર !

૧૨૭. રેતી

રેતીના ઢગ
રણે, બાગ રેતનો
દરિયાકાંઠે !

૧૨૮. હાર-જીત

જીતીને હાર્યો
શીખ્યો હાર-જીતથી ,
હારીને જીત્યો !

૧૨૯. એક

કિનારે બેઠો,
આકાશ ને સાગર
એક થૈ જતાં !

૧૩૦. દુપટ્ટો

લાલ દુપટ્ટો
ગમતો, હવે ગમે
નીલા-આકાશ !

૧૩૧. વાવટા

સૂકા રણમાં
રેશમના વાવટા
ખીલ્યું ગુલાબ !

૧૩૨. ગાંસડી

ગાંસડી હેત,
પીરસે અજવાળું,
ઉંબરે તારે !

૧૩૩. ધબ્બો

ભાઇબંધને
મારી ધબ્બો,ચાલને
પાછ નિશાળે !

૧૩૪. દ્રષ્ટિ

સૂરદાસને
આપી દ્રષ્ટિ કરીએ
અંધાપો દૂર !

૧૩૫. ડર

એકલપંડા
ના રાખ મને ડર -
મુરઝાવાનો !

૧૩૬. નહોર

અત્યાચાર થ્યો,
એટલે નહોર તો
મારવા પડે.

૧૩૭. લાવા

અબળા નારી,
લાવા બની ભડકી
સબળા નારી.

૧૩૮. ઝૂલો

ફંગોળ્યો ઝૂલો,
બમણા વેગે કર્યો-
જમીનદોસ્ત.

૧૩૯. માપણી

દરજી નથી,
માપણી બંધ-કર-
શરુ સમજ !

૧૪૦. મોર

બોલી ઢેલડી,
યે દિલ માંગે મોર,
કરતો કળા !

૧૪૧. અગાસી

અગાસીમાં જ્યાં,
સૂકવતી કપડાં-
સૂકાય નૈના !

૧૪૨. સિતારો

તારા , હું તારા
તારાઓમાંનો એક
તારો -- સિતારો !

૧૪૩. પળ

રોકવા પળ,
મથ્યો - ના રુકી પળ
૧ પળ માટે !

૧૪૪. શ્રેષ્ઠ

શીખવનાર
સમય, ભણતર
કરતા શ્રેષ્ઠ !

૧૪૫. બીજો

આપ્યો દિવસ-
બીજો - અનુભવ બી
આભાર પ્રભુ !

૧૪૬. ગાઢ

જાણ્યો મને તેં,
શબ્દોથી વધુ, થશે
સંબંધ ગાઢ !

૧૪૭. પાઠ

કરું મેળાપ
સૌના, જીવતરમાં
શીખવા પાઠ !

૧૪૮. પ્રશ્ન

પ્રશ્ન - સૂરજ
ડૂબે ક્ષિતિજે ખીણે
કે સાગરમાં ?

૧૪૯. ઘડિયાળ

કાંટા સ્થગિત,
બંધ છે ઘડિયાળ,
ચાલે સમય !

૧૫૦. યુગલ

એક બાંકડે,
બેઠેલું યુગલ છે -
જોજનો દૂર !

૧૫૧. પુમડું

તારા કેશની
ખૂશ્બુ, જાણે પુમડું
અત્તરનું હોં !

૧૫૨. ગાયબ

કદરુપતા
થાય ગાયબ, થાવ
જો મલકાતા !

૧૫૩. પ્રથમ

તુ ખાસ લાગે
છે, પ્રભાતે પ્રથમ
યાદ જે આવે !

૧૫૪. મસ્તી

શબ્દોની મસ્તી,
"કલાપી"ની સ્યાહી,
પ્રીત નથી શું ?

૧૫૫. ઠોઠ

નિશાળીયો તો
ખરો જ ખરો પણ
તું "ઠોઠ" નહીં !

૧૫૬. જીંદગી

જીંદગી - નો'તી
ખબર તકો ઓછી,
છેતરે વધુ !

૧૫૭. મીરર

"માઇક્રોસ્કોપ"
છોડ, "મીરર" ઝાલ;
શોધ ખુદને !

૧૫૮. સાચો

સાચો સમય
ના આવે કદી, સાચો
બનાવો એને !

૧૫૯. મઝા

નયનોને જો
વાંચે તો થાશે, મઝા
નથી શબ્દોમાં !

૧૬૦. તાપણું

તાપણે બેઠા
સૌ, હું કરું તાપણું
તારી યાદોનું !

૧૬૧. ઈશ

મધ્ય મંદિરે -
ના, રખે ચડે ઈશ
એના રવાડે !

૧૬૨. બેહોશ

નજરથી કાં
ડરાવો, હસો-કરો
બેહોશ મને !

૧૬૩. દાદરા

ભૂલોને જાણી,
બનાવી દાદરા- હું
ચઢ્યો જીવન !

૧૬૪. રંગોળી

ગુમાવી તને,
લાભ - રોજ શબ્દોની
બને રંગોળી !

૧૬૫. વેટ-રન

પ્રેમરોગની
વેક્સિનના તો ફક્ત
વેટ-રન જ !

૧૬૬. કોશિશ

તુ ગઈ પછી,
જારી-કોશિશ ઘર
બાંધવા નવું !

૧૬૭. હિંમત

ના બીવું નથી
હિંમત, એ છે ડર
ના અટકાવે !

૧૬૮. પગલું

નાનું પગલું,
તારી તરફ - સૌથી
મોટું ડગલું !

૧૬૯. પાર્લર

પાર્લર કેમ ?
કવિ છું હું - નીખારું
અલંકારોથી !

૧૭૦. જબરદસ્ત

જબરદસ્તી
નૈ પ્રેમમાં, પણ છે
જબરદસ્ત !

૧૭૧. વાદળી

વાદળી આવી,
તરસ મીટાવવા -
સમીર લૈ ગ્યો !

૧૭૨. ટોકરી

નથી છોકરી,
રોમાન્સની ટોકરી
ખોલી ગૈ કવિ !

૧૭૩. આશા

અંધાપો જશે
રાતનો પ્રભાતના
કારણે - આશા !

૧૭૪. શિલ્પ

વધારાનો જે
છે તે પથ્થર કાઢ,
બનશે શિલ્પ !

૧૭૫. કડવાશ

મીઠી સફર
જીંદગી, અપેક્ષાઓ
દે કડવાશ !

૧૭૬. લાડકી

લાડકી બાળ
અવસ્થા, ખોબે ખોબે
પાણી પીવાડે !

૧૭૭. બિન્દાસ્ત

નો'તુ ટ્યુશન,
બિન્દાસ્ત વેકેશન -
નો'તુ ટેન્શન !

૧૭૮. નિવૃત્તિ

નિવૃત્તિ કાળ,
કેમ કરાવે ભાન ?
પ્રૌઢાવસ્થાનું !

૧૭૯. મી.

હતી અપેક્ષા,
આપીશ ઓળખ તું
"આ મારા મી. છે" !

૧૮૦. મઝામાં

વરસો પછી,
મળી સામે તો પુછ્યું-
મઝામાં છો ને ?

૧૮૧. ગુજ્જુ

ગુજ્જુ રોમિયો,
જવાનો આપડે શું ?
ગરબા રમો !

૧૮૨. વેપારી

કાળ વેપારી
આપી ઘડપણ લૈ
ગયો જવાની

૧૮૩. લોચન

ખુશી કે દર્દના,
લોચનના ઝાપટાં -
મીઠાં કે ખારા ?

૧૮૪. ફેંસલો

વકીલ કરે
દલીલ, હું તો જજ -
સીધો ફેંસલો !

૧૮૫. ખંજર

હાથ થામતા
હાથ, સાંભળ્યું રાખે
ખંજર હવે !

૧૮૬. પ્રણયબીજ

પ્રણયબીજ
વાવ્યા, સીંચવાની
નીર ભૂલાયું !

૧૮૭. ઝાકળ

રોજ પડું છું
ગાલે, ઝાકળ ફૂલ
પાંદડે જાણે !

૧૮૮. વફાદારી

વફાદારી તો
સપનાની, વળગે
નૈનોને રોજ !

-48-

૧૮૯. કાંચળી

મનમાં ઝેરી
સાપ, ઉતારે નહીં
કાંચળી કદી !

૧૯૦. પહેરવેશ

નવું પ્રભાત
જાણે ઉષાનો નવો
પહેરવેશ !

૧૯૧. કમાલ

હાથરુમાલ
હાથ થઈ ગ્યો, થઈ
ગયો કમાલ !

૧૯૨. બબાલ

સ્પર્શથી થઈ
જ્યાં ધમાલ, ચુંબને
કરી બબાલ !

૧૯૩. ટપાલી

પ્રણયઋતુ
વર્ષા, વરસે ચીઠ્ઠા
જાણે ટપાલી !

૧૯૪. મહોરા

ચહેરા પર
મહોરા, થતો દંડ -
આજ ના હો તો !

૧૯૫. બાણ

હસ્તાક્ષર થ્યા,
નજરના બાણથી -
મારા દિલમાં !

૧૯૬. બુઢાપો

ઈચ્છાઓ બૂઢી
થૈ નથી,બૂઢાપામાં
મના પ્રીતની !

૧૯૭. છેલછબીલી

ષોડશે જોયો,
પ્રીત તો સાઇઠની,
છેલછબીલી !

૧૯૮. સાવજ

સાંભળી નામ,
દોડે દિલ પાછળ
જાણે સાવજ !

૧૯૯. લંગસ

ઝંડા વિનાના
આશિકો નિયમિત
નાંખે લંગસ !

૨૦૦. ઝોલ

જેવો કપાયો
પતંગ, એની ઝોલ
લૂંટાવા માંડી !

૨૦૧. પેચ

હુશ્ન ઈશ્કનો
જામ્યો પેચ, ગાંઠે
કાપ્યા પતંગ !

૨૦૨. જીવો

હસીને જીવો,
પોતાને માટે નહીં,
પોતાનાં સાટુ !

૨૦૩. પતંગ

પતંગ મારી,
લૂંટાશે, કોણ જાણે
કયા ઝાંખરે ?

૨૦૪. તલ

કાજલ થઉં,
પાયલ થઉં - તલ
થઈ પાગલ !

૨૦૫. ચંચલ

ગાલનો તલ,
સરકી હોઠ પર -
ચંચલ થયો !

૨૦૬. જાળું

સંપત્તિ માને
સ્ત્રીને, લગ્ન એ જાળું
કરોળિયાનું !

૨૦૭. દરવાજો

આવતો નથી
કાં ? પૂછે દરવાજો
રાખીને બંધ !

૨૦૮. રોટલો

બનાવે તારા
ટેરવાની સુગંધ
રોટલો મીઠો !

૨૦૯. અપેક્ષાઓ

જીવન ભારે
થયું, અપેક્ષાઓથી-
હતું હલકુ!

૨૧૦. કમાલ

કમાલ થયો,
સફેદ સાડી કરે -
રસ્તો લાલ !

૨૧૧. હદ

હદ થૈ ગઈ-
પિંજરાથી થ્યો પ્યાર ,
મુક્તિ સમયે !

૨૧૨. છાંયડો

થાક્યો રમતાં,
તમારા પડછાયે -
આપ છાંયડો !

૨૧૩. સીડી

ભુલોનું થવું,
એજ સફળતાની
સીડી બને છે !

૨૧૪. આવૃત્તિ

તુ બન તારી
સુધારેલી આવૃત્તિ
હરકદમ !

૨૧૫. ચિરાગ

બન ચિરાગ,
બીજા માટે બળજે,
બીજાથી નહીં !

૨૧૬. શબ્દકોષ

"અશક્ય" ગયો
મારા શબ્દકોષથી-
તારા આવતાં !

૨૧૭. આભાર

આભાર પાડી
ના એમનો, બનાયો
આત્મનિર્ભર !

૨૧૮. સંતોષી

થજે સંતોષી
જીવ, સફળ થવાં
કરતા શ્રેષ્ઠ !

૨૧૯. રેલા

ગલગલિયાં,
ગાયબ નિસાસા, થ્યા
સ્મિતના રેલા !

૨૨૦. અફસોસ

ગર્વ પહેલા
પુરુષનું, છેલ્લો ના
થ્યો અફસોસ !

૨૨૧. ત્રિકોણ

અમે બે સીધી
રેખા, ત્રીજાએ આવી
રચ્યો ત્રિકોણ !

૨૨૨. ચતુષ્કોણ

પતિ ત્રિકોણ
બનાવે ચતુષ્કોણ
પત્ની- બાળકો ?

૨૨૩. સાડી

પરિધાન જે
સૌથી લાંબુ, સિલાઈ
વિનાનું - સાડી !

૨૨૪. ચંદેરી

ચંદેરી નામે
સૌંદર્ય અહેસાસ
કરાવે - સાડી !

૨૨૫. રીવર્સ

સમય રસ્તે
રીવર્સ ગીયરમાં
ચાલે - ગાડી દે !

૨૨૬. બેવડ

અપેક્ષાઓનો
ભાર, બેવડ કરે
ચાલ મુશ્કેલ !

૨૨૭. જીત

જીત એમની
નિશ્ચિત છે, હારતાં
નથી ખુદથી !

૨૨૮. બક્ષ

બક્ષ સૌને તું
સફળતા,ના રોકે
તારો પ્રયાસ !

૨૨૯. મોજાં

યાદો એમની
ઉછળતાં મોજાં સી,
સ્પર્શી ગઈ !

૨૩૦. અપેક્ષા

સપના- આશા
લડે, અપેક્ષા બને
છે અનુભવ !

૨૩૧. મિલ્કત

મદદ સાટું
સ્થાવર મિલ્કત
તૈયાર હાથ!

૨૩૨. લહેરખી

મીઠી તાજગી
લહેરખી, ખોલે જ્યાં
દરવાજો એ !

૨૩૩. ગઝલ

ચૂડી-પાયલ
છેડી સાઝ બોલી એ --
ગઝલ ગમી ?

૨૩૪. ઉછળકૂદ

ઉમર ના જો,
જવાં દિલ કરે છે
ઉછળકૂદ !

૨૩૫. દિવસો

જીવંત કર
દિવસો, નૈ દિવસો
જીવનમાં ભૈ !

૨૩૬. બેચેન

બેફિક્ર રહે
ઘૂંઘટમાં, જોનાર
બેચેન ભાસે !

૨૩૭. હાથ

હસીને બોલી
મને ખબર - તુ છે,
હાથ જાણીતા !

૨૩૮. ખેવના

ખેવના વ્યોમ
સ્પર્શની, જમીનમાં
મૂળીયા ઉંડા !

૨૩૯. અહ°

સંબંધ છે જે
તાકાત, અહ° કરે
એ કમજોર!

૨૪૦. છોગું

પ્રેમનું છોગું,
શોભે ટોપી પર,ના
જુએ ઉમર !

૨૪૧. આજ

ગઇકાલ ને
આવતીકાલ વચ્ચે
જીવ્યો ના આજ !

૨૪૨. આવતીકાલ

આવતીકાલ
બની આજ, બનશે
એ ગઇકાલ !

૨૪૩. ઉત્સવ

મનાવ ક્ષણ
આ, ઉત્સવ જેમાં તું
જીવી રહ્યો છે !

૨૪૪. મિજાજ

ક્રોધિત થઈ
લાગે છે, મોસમનો
મિજાજ બૂરો !

૨૪૫. સંઘર્ષ

કઠિન આજ,
સંઘર્ષ - છે સંદેશ,
કરો મદદ !

૨૪૬. અભિનય

અભિનય એ
શ્રેષ્ઠ, હસે ચહેરો-
મને વેદના !

૨૪૭. તાંડવ

વીજ તાંડવ -
તોફાન, પડછાયો :
મેઘધનુષ !

૨૪૮. ઉંમર

સાઇઠ પછી
ઉંમર વધે છે જ
ક્યાં ? કે'છે સ્ટેચ્યૂ !

૨૪૯. અમૃતા

હું "સાહિર" તું
"અમૃતા", વચ્ચે લાવી
"ઇમરોઝ" કાં ?
(સાહિર લુધિયાનવી + અમૃતા
પ્રીતમ)

૨૫૦. સંતુલન

જીવનનું રે
સંતુલન, રાખવું
શું - શું છોડવું ?

૨૫૧. યાદગી

મળવું નથી
જરૂરી સંબંધમાં,
યાદગી કાફી !

૨૫૨. સોગાત

અરમાનોની
આ માળા હવે કોને
સોગાત આપું ?

૨૫૩. દરવાજા

ખોલજે દ્વાર,
આ તો ઘર દોસ્તીનું -
દરવાજા ક્યાં ?

૨૫૪. માનવ

ઈંશ સંબંધો
જોડે, માનવ એને
કેમ છે તોડે ?

૨૫૫. ટણી

માનવ ટણી,
પેન્સિલ અણી - વઘે
એટલે તૂટે !

૨૫૬. સર્જન

ઐ ઠોઠ શીખ,
સર્જન જીવન છે
વિનાશ મૃત્યુ!

૨૫૭. તડકો

તડકો સહ્યો,
છાયામાં છોડ જોયાં
મુરઝાતા મેં !

૨૫૮. છાલ

કેળાંની છાલ,
છોડે છે એની ચાલ-
લપસતા સૌ !

૨૫૯. સફર

શે સમજાવું
સફર ? જો ના ચાલે
સજોડે થોડું !

૨૬૦. ઉડાન

ઉંચાઈ પર
એટલું ઉડો ના કે
ના દેખો ધરા !

૨૬૧. રેફરી

બનો ખેલાડી,
ના કે રેફરી - જુએ
જે ફક્ત ભૂલો !

૨૬૨. ઘરડો

વૃક્ષ માફક,
તુ બી રહે વધતો
ન થા ઘરડો !

૨૬૩. વ્યકિતત્વ

ઓરે જમાના,
ના જો વ્યકિત, રહેશે
સદા વ્યકિતત્વ !

૨૬૪. મા

અમે સાઇઠે
ગયાં હાંફી, દોડી'તી
મા નેવું સુધી !

૨૬૫. રસગુલ્લા

રસગુલ્લા તેં
સુખના ચાખ્યા, ને મેં -
સ્વાદ પીડાનો !

૨૬૬. મેળો

સપના આવે
ઝુમરીતલૈયાથી,
ભરાય મેળો !

૨૬૭. ઇશ્ક

પૈસો-પ્રતિભા-
ઉંમર-ધર્મ, ઇશ્ક
સૌને નચાવે !

૨૬૮. મકાન

ઘર બનાવા
ગ્યો,એ સરકી ગઇ-
મકાન બન્યું !

૨૬૯. પ્રયત્ન

લાગે અશક્ય,
કરો જેવો પ્રયત્ન
બને છે શક્ય !

૨૭૦. ચુંબનો

તોડવો નાતો
છે, વાંધો નૈ પરત
આપ ચુંબનો !

૨૭૧. તકદીર

બદલી હાથે
મહેંદી, તકદીર
નાંખી બદલી !

૨૭૨. મારા

ક્યાં કહ્યું'તું
મેં ? એ મેળે જ મારા
થઈ ગયા છે !

૨૭૩. ટચ

ટચસ્ક્રીનને
કરી ટચ,ટેરવું
સ્પર્શહીન થ્યું !

૨૭૪. રામ-સેતુ

તાજમહેલ
નિશાની પ્રેમની , કાં
નૈ રામ-સેતુ ?

૨૭૫. કિતાબ

જીવન તો છે
કિતાબ, પાના રહો
ઉથલાવતા !

૨૭૬. મેહંદી

હાથે મેહંદી
ને એનું શરમાવું,
હજી યાદ છે !

૨૭૭. જા જા

લે કર વાત,
હેં શું વાત કરો છો ?
જા જા ના હોય !

૨૭૮. એવું

લો બોલો એવું !
ના ના એવું તે હોય ?
હા એવું જ છે.

૨૭૯. ભ્રમ

માનતો હતો
સમય હજી બહુ
નીકળ્યો ભ્રમ !

૨૮૦. આકાર

શીખવે જળ,
લે આકાર ગમે તે-
રહે વહેતો !

મહતાબ
પરાગ પંડ્યા
ગુજરાતી કાવ્ય સંગ્રહ
1

ચાઉં-ચાંયુ
ગુજરાતી કાવ્ય સંગ્રહ
2

પરાગ પંડ્યા
બોલકી
મુક્તક સંગ્રહ
3

" થનગનાટ "
મુક્તક સંગ્રહ - ૨
LOVE
પરાગ પંડ્યા
4

મીનુ-પોપટ

મુક્તક-સંગ્રહ: ૩

પરાગ પંડ્યા

Printed by Libri Plureos GmbH in Hamburg, Germany